गोष्ट डॉटकॉम

यक्षाचे ढोलके

आणि इतर बोधकथा

ज्ञानदा नाईक

हे पुस्तक **माझं** आहे.

....

....

मेहता पब्लिशिंग हाउस

YAKSHACHE DHOLKE
ANI ITAR BODHKATHA
by Dnyanada Naik

यक्षाचे ढोलके आणि इतर बोधकथा / बालसाहित्य

प्रकाशक : सुनील अनिल मेहता
मेहता पब्लिशिंग हाऊस, १९४१, सदाशिव पेठ,
माडीवाले कॉलनी, पुणे ३०.
☎ ०२०-२४४७६९२४
E-mail : author@mehtapublishinghouse.com
Website : www.mehtapublishinghouse.com

मुद्रक : स्पेक्ट्रम ऑफसेट, एरंडवणा, पुणे ०४

प्रथमावृत्ती : एप्रिल २०१९

मुखपृष्ठ व आतील चित्रे : घन:श्याम देशमुख

चार पुस्तकांचा संच

अक्षदाचा मित्र पेरू

नवीन घरात अक्षदा नुकतीच राहायला आली होती. मित्रमैत्रिणी कुणीच नव्हतं तिथं. अक्षदाला घरात फार एकटं वाटायचं. आई सकाळीच ऑफिसला निघून जायची. ताई कॉलेजला जायची. घरी आजोबा असायचे, पण ते त्यांच्या अभ्यासिकेत नेहमी काहीतरी वाचत असायचे. कंटाळून अक्षदा खोलीच्या खिडकीबाहेर एकदा बघत बसली होती. स्कूटरचे आवाज, मोटारींचे हॉर्न, दोन कामवाल्या बायकांच्या गप्पा यांतून एक आवाज स्पष्टपणे अक्षदाच्या कानावर पडला. खिडकीबाहेरच्या पेरूच्या झाडाचाच आवाज होता तो. अगदी नक्की! ती चटकन उठली आणि अंगणातल्या पेरूपाशी आली. वारा वाहत होता. सळसळ जाणवली पानांची. अक्षदा पेरूच्या झाडावर चढून एका फांदीवर बसली.

कौतुकाने झाडाला म्हणाली, ''तुला कसं रे कळलं मला कंटाळा आलाय ते? अरे, घरी कोणीच नसतं ना माझ्याशी बोलायला. नुसतं गप्प बसून काय करायचं?''

पेरूतून 'हिस्सऽऽ' करून वाऱ्याचा आवाज आला. झाड म्हणत होतं, ''अगं, मलाही खूप कंटाळा येतो आणि त्यातून पुन्हा एकटंच गप्प गप्प दिवसरात्र नुसतं एका जागीच उभं राहायचं.''

अक्षदाची आणि पेरूची गट्टी जमली. शाळेतून आली, की दूध आणि बिस्किटं संपवून ती झाडावर चढून बसायची. शाळेतल्या गमतीजमती सांगायची. ताईटलीची तक्रार करायची आणि आई ओरडली की, त्याला सांगत मुळुमुळु रडायची. कधी शाळेत ऐकलेले विनोद त्याला ऐकवायची. पेरूचं झाड आनंदी, हिरवंगार दिसायला लागलं. त्याला जास्त पेरू यायला लागले. अक्षदाचा कंटाळा पळून गेला. शाळेतून कधी एकदा घरी जाते आणि झाडाला गंमत सांगते, काय सांगू आणि काय नको असे तिला होऊन जायचं. झाडही आतुरतेनं अक्षदा कधी येतेय याची वाट पाहत राहायचं.

अक्षदा घरी फार एकाकी होते हे आईच्या लक्षात आलं होतं. तिच्या कार्यालयातल्या जोशीबाईंच्या मुलींची तिने अक्षदाशी ओळख करून दिली. त्याही अक्षदाच्याच शाळेत होत्या. दोघी जुळ्या बहिणी होत्या. अक्षदा कधी जोशीकाकूंकडे नव्या मैत्रिणींशी खेळायला जायची. कधी सरिता आणि विनिता तिच्याकडे गोष्टींची पुस्तकं वाचायला यायच्या. तिघी मिळून संध्याकाळी ग्राउंडवर खेळायला जाऊ लागल्या. रविवारी चित्रकलेचा क्लास त्यांनी सुरू केला. अक्षदा मैत्रिणींत इतकी दंग झाली, की हळूहळू पेरूच्या झाडाला विसरून गेली. शाळेला सुट्टी होती. अक्षदा घरी एकटीच होती.

"आजोबांची तब्येत बरी नाही. कुठे जाऊ नकोस," आईने जाताना बजावलं होतं. अक्षदाला पेरूची आठवण झाली. पाहते तो पार सुकून गेलं होतं बिचारं! त्याचा हिरवागार रंग पानांना सोडून गेला होता. पेरूही फारसे लागलेले नव्हते. अक्षदाला फार वाईट वाटलं. त्या दिवशी तिने आईकडून झोपाळा आणवून

घेतला. माळीबुवांकडून पेरूच्या झाडाला बांधला आणि रोज थोडा वेळ ती अभ्यास करत, पुस्तकं वाचत बसे. ...आणि पेरूशी गप्पा मारत ती पेरूच्या झाडावर, झोक्यावर नेहेमी बसू लागली.

एकटेपणाची आणि आपण कुणाला नको आहोत ही भावना फार वाईट असते. पेरूचं झाड जसं सुकून गेलं तशी ती भावना आपल्या मनावर परिणाम करते. दुसऱ्यात अशी वृत्ती निर्माण झाली असेल तर त्याला मदत करायला हवी. एकटेपणा घालवायला!

संकल्प : ज्याला मैत्रीची, प्रेमाची गरज आहे अशा एखाद्या व्यक्तीशी मी मैत्री करीन.

दादा, हे तुझ्यासाठी हं!

अनय आणि आयुष दोघे चुलतभाऊ. एकत्र कुटुंब. त्यामुळे अनयचे आई-बाबा, आयुषचे आईबाबा, आजी-आजोबा सगळे एकत्र राहायचे. प्रेमाने राहायचे. अनय पंधरा वर्षांचा आणि आयुष अकरा वर्षांचा. दोघांचं जरा पटायचं नाही. हॉलमध्ये एका गादीची बैठक होती. त्यावर लोड, तक्के होते. ज्या वेळी अनय गादीवर बसायचा, त्याच वेळी आयुषला गादीवर लोळायची हुक्की यायची. मग भांडणात रूपांतर होऊन एकमेकांना धपाटे घालण्यापर्यंत मारामारी जायची. आयुष टीव्हीवर कार्टून चॅनेल बघत असला की, अनय स्पोर्ट चॅनेल सुरू करायचा. जोरात किंचाळून आयुष पुन्हा कार्टून चॅनल चालू करायचा. पाच मिनिटं शांततेत जायची आणि झडप घालून अनयने रिमोट दाबून पुन्हा स्पोर्ट चॅनेल सुरू केलेलं असायचं. शेवटी या रोजच्या भांडणांना कंटाळून एके दिवशी आजोबांनी केबल कनेक्शन काढून टाकलं.

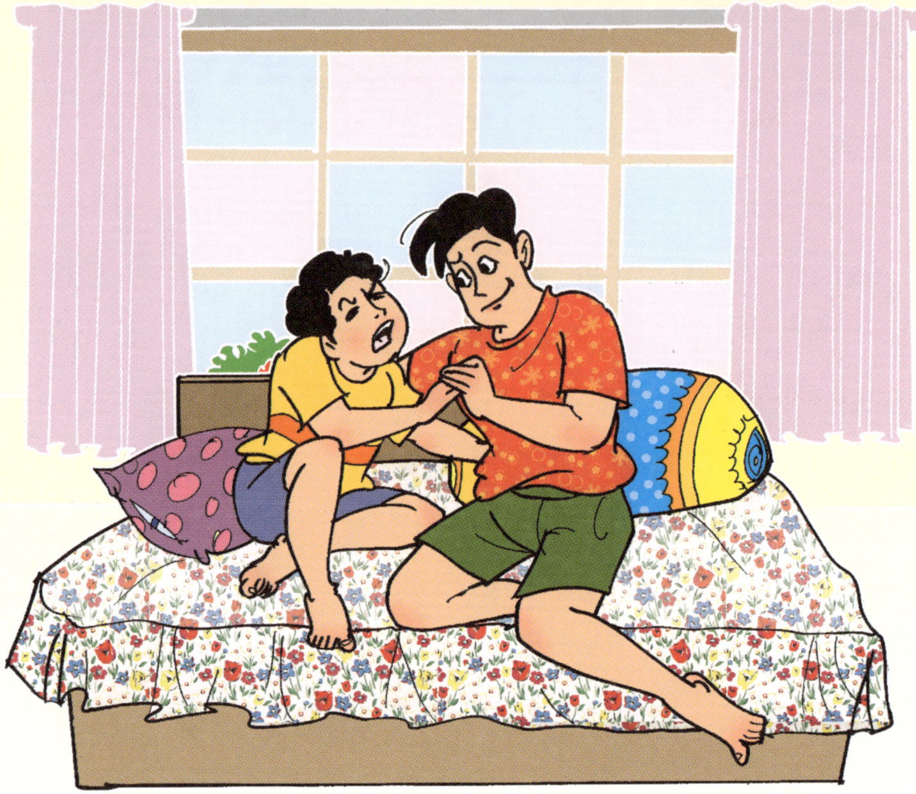

‘आजीला सीरियल बघायच्या असतात, तेव्हाच आजोबांना ॲनिमल प्लॅनेट नसतं का लावायचं, मग आम्ही दोघांनी कार्टून आणि स्पोर्टस्‌साठी आग्रह धरला तर त्यात काय चुकलं?’ असा अनयला प्रश्न पडला. अनयचा आवडता छंद आयुषची खोडी काढणं आणि आयुषचा आवडता छंद अनयने खोडी काढली की, खूप कांगावा करून रडणं. अनय कधी आयुषचा हात, कधी पाय जोरात दाबतो, मग आयुष ‘आयाईऽऽ’ करून खूप मोठ्यांदा ओरडतो. आईबाबा, आजी धावत येतात. अनय आयुषवर पाणी शिंपडतो, नाहीतर त्याचा गाल खरकटा ओला हात लावून भरवतो आणि आयुष भोकाड पसरतो. आजी म्हणते, “दोघांचं क्षणभर पटत नाही. अगदी उंदरामांजरासारखं आहे दोघा भावांचं.” दोघांचे बाबा त्यांच्या भांडणाकडे लक्षच देत नाहीत. दोघांच्या आया यांचं कधी एकमेकांशी पटणार, या चिंतेत असतात.

एके दिवशी आयुष त्याच्या आजीच्या घरी गेला होता. मामाने त्याला चॉकलेट आणि छोटी कार आणून दिली. आयुष गप्पच होता. मामाला आश्चर्य

वाटलं. आजोबांनी विचारलं, "काय आयुषदादा, आवडलं नाही का चॉकलेट? का खेळण्यातली गाडी नाही आवडली?"

आयुष तरीही चेहरा पाडून गप्पच राहिला आणि मग आजीच्या गळ्याभोवती हात टाकून तिच्या कानात कुजबुजला, "माझ्या अनयदादासाठी पण आण ना चॉकलेट आणि गाडी!"

आयुष आजोळहून परतला. घरात पाय टाकताच अनयदादाला हाका मारत, घाईने त्याच्या हातात कार आणि चॉकलेट देत म्हणाला, "हे तुझ्यासाठी हं!"

तुमच्या मनात दुसऱ्याबद्दल जे प्रेम, आपुलकी आहे ती कृतीमधून दिसू दे. वरवर एकमेकांबद्दल दु:स्वास आहे असं वाटणाऱ्या व्यक्तींमधलं दाट प्रेमाचं नातं एखाद्या कृतीतून दिसून येतं.

संकल्प : माझ्या वागण्यातून मी इतरांना 'मी कसा आहे' हे जाणवून देईन.

काहीतरी वेगळं

शाळेतून घरी आल्यावर बोलायला, खेळायला कुणीच नसतं म्हणून पल्लवी फार उदास व्हायची. बाबांचा व्यवसाय होता, महिन्यातला बराच काळ ते बाहेरगावी असायचे. शहरात असायचे तेव्हा खूप उशिरा घरी यायचे. आईचं ब्युटिपार्लर होतं. पल्लवी शाळेतून यायची तेव्हा नेमकी पार्लरमध्ये गर्दी सुरू व्हायची. आपल्याकडे आईचं लक्ष जाईल या आशेने ती दाराशी घुटमळायची. आई आपल्याला विचारेल, ''शाळेतून दमून आलीस का?'' म्हणेल, ''थांब हं, राणीला शिरा करून देते.'' मग आपण तिच्या कमरेभोवती मिठी घालून म्हणू, ''आई, आज बागेत जाऊ या का आपण? कंटाळा येतो गं मला घरी एकटीला.''

पल्लवीचे विचार मनातच राहायचे. आई कामात इतकी गर्क असायची की पल्लवी दाराशी उभी आहे हे तिच्या लक्षातसुद्धा यायचं नाही.

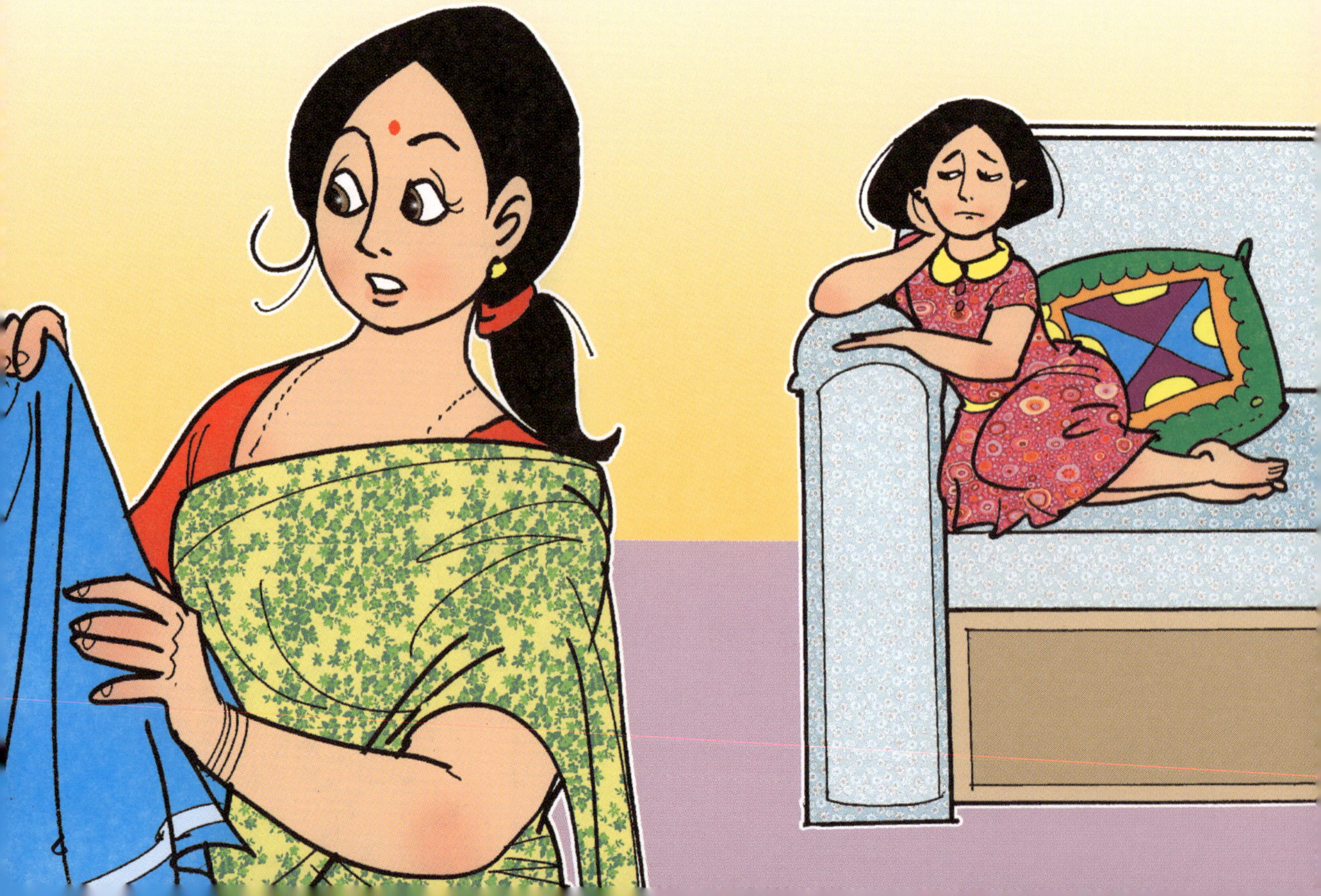

पल्लवी कंटाळते, गप्प गप्प असते हे आईबाबांच्या लक्षात आलं होतं. एके दिवशी तिला घेऊन बाबा नर्सरीत गेले. तिथून तिच्यासाठी तिला आवडली म्हणून टोमॅटोची रोपं घेऊन आले. जमीन खुरपून, वाफे तयार करून, खत-माती घालून बाबांनी आणि तिने रोपं लावली. रोज संध्याकाळी शाळेतून आल्यावर पल्लवी वाढणाऱ्या रोपांकडे पाहत बसे. त्यांना पाणी देई. त्यांच्याशी गप्पासुद्धा मारे. हां हां म्हणता रोपं वाढली. पल्लवीच्या कमरेला लागू लागली. हिरव्यागार पानांनी भरून गेली. पल्लवीने एके दिवशी सकाळी पाहिले तर झाडांना इवले हिरवे गोल टोमॅटो लागले होते. तिचा आनंद आभाळभर झाला. आईबाबा म्हणाले, "लालभडक टोमॅटो आपल्याला रोज खायला मिळतील."

मग पल्लवी आईची पदार्थांची 'रुचकर', 'वेगळे पदार्थ', 'खास कोशिंबिरी, चटण्या, मुरांबे' अशी पुस्तकं वाचून टोमॅटोचे निरनिराळे पदार्थ शोधू लागली. तिने टोमॅटोच्या वड्या, टोमॅटो सॉस, टोमॅटो जॅम करण्यासाठी चंद्रभागाबाईंना पदार्थ कसे करायचे ते वाचूनही दाखवलं. बरेच दिवस गेले. टोमॅटो मोठे होईनात आणि लालही होईनात.

“बागेत सूर्यप्रकाश कमी पडतोय. ते वाढणार नाहीत.” बाबा म्हणाले.

पल्लवीला रडूच कोसळलं. आईने तिला जवळ घेतले. म्हणाली, “वेडे, रडतेस कशाला? हिरव्या टोमॅटोची चटणी सुंदर होते. भाजीही होते. दुसऱ्या दिवशी रविवार होता. आई, चंद्रभागाबाई, पल्लवी यांनी मिळून चटणी केली. छोट्या छोट्या बाटल्या भरून ‘पल्लवीची टोमॅटो चटणी’ अशा चिठ्ठ्या लावून आत्या, मावशी, काकू साऱ्यांच्या घरी नेऊन दिली.

तुम्हाला नवे काही शिकायचे असेल तर कल्पनाशक्ती वापरा. इतरांच्या कल्पना ऐकून घ्या. प्रश्न विचारायला लाजू नका. त्यातून तुम्ही बरंच काही शिकाल.

संकल्प : इतरांच्या कल्पना मी ऐकून घेईन आणि काहीतरी वेगळे करण्याचा प्रयत्न करेन.

शॉर्टकट

स्नेहल खिन्नपणे बागेतल्या बाकावर बसली होती. समोर खेळणाऱ्या मित्रमैत्रिणींकडे पाहत होती. तिला कुणी खेळायला घेत नव्हते.

"तू अजून लहान आहेस. आमच्यात कशी खेळणार?" कुमार म्हणाला.

दु:खी स्नेहल विचार करायला लागला, 'मी कधी बरं होणार मोठ्ठी? छे! मला लगेच मोठ्ठं व्हायचंय. काय करायला हवं?'

ती घरी आली. दादाचा मित्र अर्णव घरी आला होता. त्याला ती म्हणाली, "मला मोठं व्हायचंय. काय करू सांगशील?"

"काही वर्षे थांब. होशील मोठी." अर्णव सहजपणे म्हणाला.

"छे छे, मला लगेच मोठ्ठं व्हायचंय," स्नेहल ठामपणे म्हणाली.

तिच्या टपोऱ्या डोळ्यात अधीरता होती. गोबऱ्या चेहऱ्यावर हट्टीपणा होता. अर्णव मोठ्यांदा हसून म्हणाला, ''मग जादूच करायला हवी त्यासाठी.'' एवढ्यात दादाचा दुसरा मित्र जतीन तिथे आला. तो म्हणाला, ''माझ्या घरी ये मग सांगतो लगेच कसं मोठ्ठं व्हायचं ते?''

स्नेहल समोरच राहणाऱ्या जतीनच्या घरी गेली. घरी ताटं मांडली होती. टेबलावरच्या प्रत्येक ताटात भाजी, कोशिंबीर, आमटी, भात, पोळ्या, गुलाबजाम होते. फ्रुटसॅलेड होतं. जतीन म्हणाला, ''एवढं आमच्याबरोबर खाऊन दाखव. लगेच मोठी होशील.''

''खरंच बाळा स्नेहल, रोज व्यवस्थित जेवशील तर लवकर मोठी होशील आणि शक्तिवानही होशील,'' जतीनचे आईबाबा हसत म्हणाले.

स्नेहलने जेवायला सुरुवात केली. साऱ्यांची जेवणं सुरू झाली. जतीनच्या आईचा वाढदिवस होता. स्नेहलने एक पोळी खाल्ली आणि ती म्हणाली, ''भरलं पोट! आणखी नाही जाणार''

“बरं बाई. उठलीस तरी चालेल. छान झालं जेवायला आलीस,” जतीनची आई म्हणाली.

स्नेहल घरी आली. दोन दिवसांनी तिचा मावसभाऊ तेजेष आला. तो म्हणाला, “आईची साडी नेस. मोठी दिसशील.” आई घरात नव्हती. तेजेष अन् स्नेहलने खटाटोप केला आणि स्नेहल चिंधी गुंडाळलेली काडी दिसू लागली. इतक्यात आई घरी आली. “अगं असं साडी नेसून मोठं होता येतं की काय वेडाबाई!”

“होयच मुळी.” तेजू म्हणाला.

“मोठ्यांचे कपडे घातले की झालं मोठं,” स्नेहल.

“अगं होशील हळूहळू मोठी. मग या सगळ्या साड्या देईन तुला,” आईने कौतुकाने स्नेहलला जवळ घेतले.

स्नेहलचे उद्योग चालूच राहिले. कुठं दाराला लोंबकळ, उंच उड्या मार, जे कुणी सांगेल ते करत राहिली. ते पाहून आजी एके दिवशी म्हणाली, ''अगं, मोठं व्हायचं म्हणजे उंचीने नव्हे. शक्तीनं, विचारानं मोठं व्हावं लागतं आणि त्यासाठी दम धरावा लागतो.''

आपल्या क्षमतेप्रमाणे जे उत्तम आहे ते करण्यात आनंद आहे. कुठल्याही गोष्टीला शॉर्टकट नसतो.

संकल्प : मला जे जमतं ते मी मन लावून करीन.

मी पैसे घेतले

मी जांभळाच्या झाडाखाली मातीचे बैल करत बसलो होतो. शिदा मागे कधी येऊन उभा राहिला कळलंच नाही. "गंमत बघायचीय?" त्याने विचारलं. एक मुंगसाचं पोर खिशातून बाहेर काढलं. ते 'चिऽर्ऽऽर्चिऽर्ऽऽ' करत गळ्यात बांधलेल्या दोरीला हिसके देत धावू लागलं. त्याच्या अंगावर लोकरीच्या गोंड्यासारखे मऊ करडे केस होते. त्यावर पांढरे ठिपके होते. गुंजेसारखे लाल डोळे, तांबडं नाक नि तोंड, चेहऱ्यावर चौकस भाव, लांबुळकं शरीर, आखूड पाय, जाडजूड, गोंडेदार शेपूट, अर्धगोलाकार कान. ते फारच गोजिरवाणे पोर मला कुरवाळावंसं वाटलं. "हवंय का तुला! मुंगूस नागाला, विषारी सापालासुद्धा भारी ठरतं. नखं पाहिलीस? फाडून टाकतील कुणालाही," शिदा भसाड्या आवाजात बोलला. माझ्याकडे कुत्रा होता, मांजर होतं, पोपट आणि कासव होते, पण मुंगूस नव्हतं. "हवंय का तुला बोल?" शिदाने विचारलं.

"हो, पण तू थोडाच देणार आहेस मला?" मी म्हणालो.

"देईन की! पण मोबदल्यात दहा रुपये दे."

"माझ्याकडे रुपया आहे आणि गोष्टीचं पुस्तकही देतो तुला. मग देशील?" मी काकुळतीला आलो.

"ह्यँ, मला पैसेच हवेत. तुला देता येत नसले तर मी दुसऱ्याशी बोलेन." शिदा म्हणाला. मी काहीच बोललो नाही. थोड्या वेळाने तो म्हणाला, "तुझ्याकडे नसले तरी घरी असतील ना! फक्त दहा रुपयेच तर आणायचे आहेत."

'म्हणजे चोरी करायची घरी?' मी मनाशीच म्हणालो. शिदा मुंगसाच्या दोराला हिसडा देऊन जाऊ लागला तसं मी म्हटलं, "शिदा, मला मुंगूस हवं आहे. तू थांब इथे थोडा वेळ, मी घरी जाऊन येतो."

मी पळत घरी गेलो. स्वयंपाकघरातल्या दुभत्याचं कपाट उघडलं. आईने मडक्यात ठेवलेल्या नाण्यांपैकी दहा रुपयांची नाणी घेऊन पळत शिदाकडे आलो. शिदाने पैसे घेऊन मुंगूस दिलं. मी घरी येऊन एक खोकं घेतलं. त्यात

पाणी ठेवलं, फळं ठेवली. त्याला भोके पाडली अन् मुंगसाचं घर तयार झालं. रात्री आई भाकऱ्या भाजत असताना दारावर कुणी आलं आणि नंतर आईचा घंटानाद झाला. वडील पारावर काकाशी गप्पा मारत बसले होते. आई वडिलांना म्हणाली, ''अक्कीला पाठवायचे म्हणून २५ रुपये साठवले होते. १० रुपये कमी आहेत. घरातल्यांनीच घेतले,'' तिचा रोख काकावर होता. काकाही चिडून उलट बोलू लागला. मला पार अपराधी वाटू लागलं. सगळा धीर एकवटून मी कसंबसं सांगितलं, ''मी पैसे घेतले, मुंगूस पाळायचं म्हणून.''

''अरे, मग मागायचे. न सांगता घेतलेस?'' बाबा म्हणाले.

मला रडू आवरेना. ''मुंगसासाठी एवढे पैसे तुम्ही देणार नाही वाटलं.''

आईने जवळ घेतलं. मी भीतीने थरथरत होतो. ''स्वत:ला लाज वाटेल असं काम पुन्हा करणार नाहीस असं वचन दे,'' ती म्हणाली. मी धावत मुंगसापाशी

गेलो व म्हटलं, ''शपथ, मी पुन्हा चोरी करणार नाही.'' ते चटकन माझ्या कुशीत शिरले.

प्रत्येक दिवस हा आयुष्याची नवी सुरुवात असते. तुम्ही काल काय केले, बोललात, वागलात, त्यामुळे काही फरक पडत नाही. तुम्ही केलेल्या गोष्टीचा पश्चात्ताप होत असेल, तर आज त्याबद्दल स्वतःला माफ करा आणि दिवसाची नव्याने सुरुवात करा. चूक घडली असेल, तर ती सुधारण्यासाठी जे करता येईल ते करा आणि आज सगळं नाही करता आलं, तर त्यासाठी उद्याचा दिवस आहे हे विसरू नका.

संकल्प : चूक झाली तर ती सुधारण्यासाठी मी प्रयत्न करीन.

कमलाताईंची सुंदर बाग

कमलाताईंच्या घराभोवती बाग होती. त्यांच्या आसपासच्या प्रत्येक घरमालकांनी घराभोवती बाग केली होती. कुणी मोगरा, कुणी अबोली, तर कुणी गुलाबाचे ताटवे लावले होते. कुणी पूर्ण बागेला गावठी गुलाबाचं कुंपण केलं होतं. जास्वंदी वेगवेगळे रंग घेऊन फुलल्या होत्या. निशिगंध दरवळत होते. प्रत्येक बागेत निळी, तांबडी, भगवी, जांभळी, गुलाबी, फिरोजी... नाना रंगांची फुलं डुलत होती. कमलताईंना म्हातारपणी बागेशिवाय कुणी प्रेमाचं नव्हतंच मुळी. त्या झाडांशी गप्पा मारायच्या. फुलं कमी देणाऱ्या झाडाला रागवायच्या आणि मुळीच फुलं न देणाऱ्या झाडांशी तर 'कट्टी फू' करायच्या.

त्यांना झाडांशी, फुलांशी असं बोलताना पाहून शेजारीपाजारी हसायचे. लहान मुलं चेष्टा करायची. मुलं त्यांच्या बागेतले पेरू काढायची. सीताफळं,

रामफळं तोडायची. कमलताईंना कधीच राग यायचा नाही. त्या म्हणायच्या, "त्यांच्यासाठीच तर झाडं फळं देतात." गावातला प्रत्येक जण झाडांना कीड लागू नये म्हणून वारंवार फवारण्या करायचा. रोपांना मुंग्या लागू नयेत म्हणून डीडीटी पावडर घालायचा. घरामागे परसात लावलेली भाजी पक्षी खातील म्हणून शेजारी राखण करायचे. पक्ष्यांना घाबरवायला बुजगावणं लावायचे. प्लॅस्टिकचा पक्षी उलटा टांगायचे किंवा निदान मांजर तरी पाळायचे.

कमलताईंना पक्ष्यांचा, कीटकांचा, एवढंच नव्हे तर मुंग्यांचा आणि अळ्यांचाही खूप लळा होता. पक्ष्यांना, कीटकांना, अळ्यांना, मुंग्यांना त्या दाणे, धान्य, साखर, पोळीचे तुकडे, पोहे, तांदूळ असं काहीबाही प्रेमाने खाऊ घालायच्या. त्यांना हाका मारायच्या. बागेतल्या गोगलगायी, गांडुळंसुद्धा कमलताई आपल्याला खायला काय देतात याची आशेने वाट पाहत राहायची. पक्ष्यांना, अळ्यांना आवडतात म्हणून कमलताईंनी घरामागे दहा-बारा तुतीची

झाडं लावली होती. त्याची मऊ लुसलुशीत पानं आळ्या अगदी 'वाह वा!' म्हणत खाऊन टाकायच्या.

इतर घरमालकांची गोष्ट मात्र वेगळी होती. आपली बाग स्वच्छ सुंदर असावी, त्यात अळ्या, गोगलगायी, मुंग्या, पक्षी आलेले त्यांना मुळीच आवडायचे नाहीत. असली घाण बागेत नसेल तरच बाग छान असते आणि दिसते असं प्रत्येक जण म्हणायचा. तुतीच्या पानांवर पोसलेल्या अळ्या चांगल्या लठ्ठ झाल्या आणि कोषातून बाहेर आल्या. कमलताईची बाग एके दिवशी अचानक अनेक रंगांच्या फुलपाखरांनी गजबजली. कमलताईंचा आनंद गगनात मावेना. त्या पक्ष्यांना, मुंग्यांना, कीटकांना, गोगलगायींना, गांडुळांना दिवसभर ही आनंदाची

बातमी सांगत बागेत फिरत राहिल्या. कमलताईंच्या बागेत उडणारी ती सुंदर फुलपाखरं पाहायला आजूबाजूला लोकांनीही गर्दी केली. प्रत्येक जण म्हणाला, "वा! वा! पण प्रत्येक जण हे मनातल्या मनातच म्हणाला बरं का!"

निसर्गाला त्याच्या पद्धतीने वाढू द्या. निसर्गात सगळे एकमेकांना धरून असतात. एकमेकांपासून वृक्षवेली, कीटक, पक्षी यांना दूर केले तर निसर्गाचा तोल बिघडतो.

संकल्प : मी निसर्गात ढवळाढवळ करणार नाही.

यक्षाचं ढोलकं

मुलांचा घोळका मोठ्या मजेत समुद्रकिनाऱ्यावर वाळूत शंखशिंपले वेचत होता. प्रत्येकाचे खिसे गच्च फुगले. हळूहळू सूर्य लाल झाला. एरवी ही मुलंमुली घरी आईला लाकूडफाटा आणायला, पाणी भरायला, झाडून काढायला मदत करायची. वडिलांनी शेतात तण काढायला, पाण्याची दारं धरायला, खुरपणीला मदत करायची. आज शाळेला सुट्टी होती आणि सणवार म्हणून घरच्यांनीही म्हटले, ''जा खेळा. मजा करा.''

सगळ्यांनीच सुंदर सुंदर शंखशिंपले गोळा केले. पण छोट्या तानूला सगळ्यांत सुंदर शिंपला सापडला होता. सगळ्यांना दिसावा म्हणून एका खडकावर ठेवून ती म्हणाली, ''पाहा, माझा शिंपला कसा चमचमतोय उन्हात.''

आभाळ लाल दिसायला लागलं तसे सगळे घाईने घरी निघाले. किनारा मागे पडला. तानूला आठवलं, आपला शिंपला खडकावरच राहिला.

“माझ्याबरोबर कुणीतरी परत चला ना. माझा एवढा छान शिंपला खडकावरच विसरलाय,” ती ओरडली. पण सगळ्यांनाच घरी परतायची घाई होती. तानू एकटीच समुद्रकिनारी परतली. एकटीला भीती वाटायला लागली म्हणून ती गाणं म्हणू लागली. ‘माझा शिंपला कसा सुंदर छोटुला... चमचम करे जसा सूर्यच सानुला...’ ती खडकापाशी पोहोचली आणि भ्यायली, दचकली. एक बुटका, कुरूप, दुष्ट चेहऱ्याचा यक्ष पाय हलवत त्या खडकावर बसला होता.

“छोट्या पोरी. छान गातेस. परत गा...” घाबरून तानूने परत गाणं गायलं.

“हा घे तुझा शिंपला आता,” यक्ष म्हणाला.

तानूने पुढे केलेला हात पकडून ओढला गेला. “फार गोड गळा आहे तुझा. माझ्याबरोबर चल. मी सांगितलं की गा,” असं म्हणत एका मोठ्या लाकडी ढोलक्यात तिला बंद करून यक्षाने त्यावर दोन्ही बाजूला कातडं ताणून बांधलं. शेजारच्या गावात जाऊन तो लोकांना म्हणाला, “मला चांगलंचुंगलं जेवण द्या. मी ढोलकं वाजवून तुमचं मनोरंजन करतो.”

लोकांनी जेवण दिलं. ढोलक्यातून ऐकू येणारं मंजूळ गाणं लोकांना फार आवडलं. यक्ष पुढच्या गावी निघाला. तानू रडत बसली नाही. खचली नाही. घाबरली नाही. यक्ष देईल ते खायची. सांगेल तेव्हा गायची. पण हळूहळू हातातल्या शिंपल्याच्या मदतीने तिने ढोलक्याचं कातडं कापायला सुरुवात केली. सारं शांत होते. पक्ष्यांचे आवाजही नव्हते. रातकिडे किरकिरत होते. तानूने ओळखलं की रात्र आहे. यक्ष झोपला असणार. सारी शक्ती एकवटून आपण बाहेर पडू या. आत्मविश्वासाने शिंपल्याच्या कडांनी तिने ढोलक्याच्या एका बाजूचं अर्धे कातडं कापलं. बाकीचं फाडून ती बाहेर पडली. रात्र होती, पण

काजव्यांनी तिला वाट दाखवली. झाडावेलींनी अंग चोरून तिला वाट करून दिली. दिवस उजाडायला शिंपला गच्च मुठीत पकडून तानू घरी पोहोचली.

आयुष्यात धोक्याचे, दुःखाचे, भीतीचे प्रसंग लहानपणीही येतात. या वाईट प्रसंगांतून वाट काढावी लागते. हिंमत, चातुर्य, धीटपणा यांच्या मदतीने आपण त्यांना तोंड देऊ शकतो.

संकल्प : मी संकटांना न घाबरता त्यांच्यावर मात करीन.

कुमारचे आजोबा

कुमार मित्रांबरोबर अंगणात क्रिकेट खेळत होता. शाळेला सुट्टी होती. सकाळीच सगळे मित्र जमले होते. आईनं घराबाहेर बॅट, स्टम्प, बॉल घेऊन जाणाऱ्या कुमारला बजावलं होतं, ''बाबांना आज सुट्टी आहे. ते घरात आहेत. दंगा करू नका. रागावतील ते. मग रडत येऊ नकोस माझ्याकडे म्हणजे झालं.''

खेळत असताना घरातून बाबांची अचानक मोठ्यानं हाक ऐकू आली, ''कुम्या, जरा आत ये.''

कुमार घाबरला. आता बाबांचं ओरडणं ऐकून घ्यावं लागणार. तरी आई आपल्याला सांगत होती. असा विचार करत मित्रांना घरी पिटाळून तो धावत

घरात आला. पाहतो तो बाबा कोचवर खांदे पाडून बसले होते. त्यांच्या हातात कागद होता. पाकीट शेजारी पडलं होतं. बाबांच्या डोळ्यांत पाणी होतं.

"तुझे आजोबा गेले," थरथरत्या आवाजात ते म्हणाले.

आपल्या थोरल्या लेकाकडे सहा महिने राहून नुकतेच आजोबा गावी परतले होते. जाताना सगळ्यांचा निरोप घेऊन गेले आणि मग घर उदास वाटायला लागलं होतं. कुमार अभ्यास करत बसला की कुतूहलानं त्याला प्रश्न विचारायचे. त्याच्या कुत्र्याला- बंड्याला त्यांनी सकाळी दाराशी टाकलेला पेपर आणून द्यायला शिकवलं होतं. बिचारे घरी कंटाळायचे. खेड्यात त्यांची मित्रमंडळी होती. इथं कोणीच नव्हतं. तिथं शेतात जायचं, गाईगुरांचं, शेळ्यांचं, कोंबड्यांचं पाहायचं, यात वेळ छान जातो म्हणायचे. मग 'इथं करमत नाही, मला गावी परत जायचंय,' म्हणायला लागले.

बाबा म्हणायचे, "वर्षभर राहा. मी सुट्टी काढून तुम्हाला बद्रिनाथ, केदारनाथला नेतो." पण ते काही राहिले नाहीत.

कुमारला आजोबा म्हणायचे, "मला पिक्चरला नेतोस का?" कुमारला खेळायचं असायचं. काहीतरी सबब सांगून तो टाळायचा. सकाळी फिरायला निघाले की कुमारला म्हणायचे, "या वयात लवकर उठावं बाळा. चल माझ्याबरोबर फिरायला." पण सकाळी लवकर उठणं, कुमारच्या जीवावर यायचं. तो कधीच उठला नाही. आता आजोबा गेले म्हटल्यावर सगळं आठवून त्याला फार रडू आलं. आजोबा आपल्यावर किती नाराज झाले असतील असं वाटून त्याला अपराधी वाटू लागलं. आजोबा ज्या आंब्याच्या पारावर बसायचे तिथं जाऊन तो बसला. आजोबांना त्यानं पत्र लिहिलं. पत्रात त्याने त्याला ते किती आवडायचे ते लिहिलं. त्यांच्याबरोबरच्या आठवणी लिहिल्या.

दोन-तीन दिवसांनी काकाचं गावाहून पत्र आलं. कुमारला सायकल घेण्यासाठी आजोबांनी पैसे देऊन ठेवले होते आणि पाकिटात त्याच्यासाठी चिठ्ठीही ठेवली होती, 'माझ्या लाडक्या कुमारसाठी.'

आजोबा नाराज नव्हते तर? कुमारनं विचार केला आणि त्याच्या मनावरचं मोठं ओझं गेलं.

आपल्यापासून जे दूर जातात, त्यांच्या प्रेमळ आठवणी जपाव्यात. तुमचं त्यांच्यावर प्रेम होतं ते जाणत होते हे लक्षात ठेवावं.

संकल्प : आवडती व्यक्ती, प्राणी यांचं दूर जाणं मी स्वीकारीन.